இல்லாத இன்னொரு பயணம்

இல்லாத இன்னொரு பயணம்

ந. ஜயபாஸ்கரன் (பி. 1947)

மதுரையில் பிறந்தவர். தியாகராசர் கல்லூரியில் முதுகலைத் தமிழும் அறிஞர் எஸ்.ஆர்.கே.யிடம் முதுநிலை ஆங்கிலமும் பயின்றுள்ளார்.

'அர்த்தநாரி' (1987), 'அவன்' (1989), 'அவள்' (1999), 'சிறுவெளி வியாபாரியின் ஒருவழிப் பயணம்' (2013), 'பிற்பகல் பொழுதுகளின் உலோக மஞ்சள்' (2018), 'அறுந்த காதின் தனிமை' (2021), 'சாய்மான வெளிச்சம்' (மொழிபெயர்ப்பு கவிதைகள் 2022) ஆகிய கவிதைத் தொகுப்புகள் இதுவரை வெளிவந்துள்ளன.

மதுரை வெண்கலக்கடைத் தெருவில் தன் தந்தை நிறுவிய பாத்திரக் கடையைத் தொடர்ந்து நடத்திவந்தவர், அண்மையில் அந்த வியாபாரத்தை நிறுத்திவிட்டார்.

தொடர்புக்கு : 7598330646

மின்னஞ்சல் : njayabha@gmail.com

ந. ஜயபாஸ்கரன்

இல்லாத இன்னொரு பயணம்

காலச்சுவடு பதிப்பகம்

அன்பார்ந்த வாசகருக்கு,

வணக்கம்.

காலச்சுவடு நூலை வாங்கியமைக்கு நன்றி.

நூலின் உள்ளடக்கம், உருவாக்கம், அட்டைப்படம் இன்ன பிற அம்சங்கள் பற்றிய உங்கள் கருத்துகளையும் ஆலோசனைகளையும் காலச்சுவடு வரவேற்கிறது. தகவல், எழுத்து, வாக்கியப் பிழைகள் தென்பட்டால் கட்டாயம் தெரிவித்து உதவுங்கள். நூல் தயாரிப்பில் கடும் குறைபாடு இருப்பின் மாற்றுப் பிரதி உங்களுக்குக் கிடைக்கக் காலச்சுவடு ஏற்பாடு செய்யும்.

மின்னஞ்சல்: **publisher@kalachuvadu.com**

காலச்சுவடு நாகர்கோவில் அலுவலகத்துக்குக் கடிதம் அனுப்பலாம்.

தங்கள்
எஸ்.ஆர். சுந்தரம் (கண்ணன்)
பதிப்பாளர் – நிர்வாக இயக்குநர்

இல்லாத இன்னொரு பயணம் ◆ கவிதைகள் ◆ ஆசிரியர்: ந. ஜயபாஸ்கரன் ◆ ©ந. ஜயபாஸ்கரன் ◆ முதல் பதிப்பு: டிசம்பர் 2023 ◆ வெளியீடு: காலச்சுவடு பப்ளிகேஷன் (பி) லிட்., 669, கே.பி. சாலை, நாகர்கோவில் 629001

காலச்சுவடு பதிப்பக வெளியீடு: 1242

illaata innoru payaNam ◆ Poems ◆ Author: N. Jayabhaskaran ◆ © N. Jayabhaskaran ◆ Language: Tamil ◆ First Edition: December 2023 ◆ Size: Demy 1 x 8 ◆ Paper: 18.6 kg maplitho ◆ Pages: 64

Published by Kalachuvadu Publications Pvt. Ltd., 669 K.P. Road, Nagercoil 629001, India ◆ Phone: 91-4652-278525 ◆ e-mail: publications @kalachuvadu.com ◆ Printed at Adyar Students xerox Pvt. Ltd., No. 275 Habibullah Road, Triplicane high Road, Opp Triplicane Post Office, Triplicane, Chennai 600005

ISBN: 978-81-19034-63-5

12/2023/S.No.1242, kcp 4835, 18.6 (1) rss

கவிஞர் பிரம்மராஜனுக்கும்
கவிஞர் சுகுமாரனுக்கும்

பொருளடக்கம்

முன்னுரை: தூசியின் பயணம் — 11
1. இன்னொரு பயணம் — 13
2. அச்சம், வெறுப்பு என்ற தளங்கள் — 14
3. வர்ணம் அடையாத — 15
4. புல்லென்பது யாதென்று கேட்கும் — 16
5. அந்தியில் — 17
6. வனத்தில் புதைந்த இல்லத்தில் — 18
7. உள் ஊரும் — 19
8. பிதா சுதன் ஆவிக்கு — 20
9. லா.ச.ரா. சொல்கிற ஆழ்ந்த மவுனத்தின் — 21
10. ஏ 9 நீள்பாதையில் முறிந்த பனை — 22
11. கதைத்தலில் — 23
12. நாளிதழ்களின் — 24
13. களைப்புற்ற விறாந்தைகளில் — 25
14. கோயிலும் சுனையும் கடலுடன் — 26
15. தியான புத்தரின் இருந்த — 27
16. போர் — 28
17. பாழ் நிலம் – நூற்றாண்டுப் பயணம் — 29
18. தசாவதாரம் கலைந்து — 31
19. மோகினி — 32
20. பெண் ஆகி இன்னமுதம் — 33
21. அறுபத்து நான்கு சித்திரங்கள் — 34

22. ரகசிய விருட்சங்களில்	35
23. 'இல்லை'	36
24. சூதகத் தீட்டோடு இறந்தவன் செல்லும்	37
25. மோகமுள் முப்பது நாள் குத்தும்	38
26. ஒரு ஒன்பது வார காலம்	39
27. வேலி மீறிய கிளை தாவிய	40
28. விருத்த	41
29. மதுரை தெற்கு வெளிவீதி	42
30. பற்றுக் கணக்கை வரவு ஏட்டில்	43
31. பனை ஓலைப் பெட்டிக்குள்	44
32. வண்ணத்துப் பூச்சியின்	45
33. வெயில் என்பது மேற்கு	46
34. கருப்பை முட்டையுள் பறவைகள்	47
35. கடை செயலாக இருந்த காலத்தில்	48
36. அந்த இளைஞர் – கவிஞர்	49
37. வெண்கலக் கடைத்தெருவிடம்	50
38. கு.ப.ரா.வின் தாயார் இறந்த	51
39. எவர் சில்வர் பளபளப்பு	52
40. நீர் மாலை எடுக்க	53
41. பின்வீட்டுத் துணி உலர்த்தும்	54
42. அந்தியில் திகழ்வது	55
43. "விளையாட்டும் பொழுதுபோக்கும்"	56
44. பன்னிரண்டாமவனாக பாவனை	57
45. பிரிக்கப்படப் போகாத	58
46. வெள்ளைச் சீருடையும் முதுகு	59
47. கவிஞரின் தொகுப்பில்	60
48. கவிதைக்கு அந்நியமான	61
49. உலர் எழுத்து உவப்பதில்லை	62
50. சோழவந்தான் கொடிக்காலில் பிறந்து	63
51. ஒட்டிக்கொண்டிருக்கும்	64

முன்னுரை

தூசியின் பயணம்

மதுரை வெண்கலக்கடைத் தெரு உதறி எறிந்த தூசி,
யாழ்ப்பாணத்திலும்
அமெரிக்க ஐக்கிய நாட்டு வர்ஜீனியா கடற்கரையிலும்
மிதந்து திரிந்து
வைகை மணலில் அடங்குகிறது.
யாழின் முறிந்த பனைகள்.
மனத்தின் மணற்பரப்பில் அமெரிக்கக் கவிஞர் வேர்மினின்
பத்தொன்பது
ஏக்கர் பண்ணைப் பனைகள்.
புத்தாக்கத்திற்காகப் பூட்டப்பட்ட எமிலி டிக்கின்ஸனின் இல்லம்.
இன்னொரு முறை எதுவும் இல்லை என்பதை திவ்ய
தேசங்களுக்குச்
சென்று வந்த சந்யாசியின் சுரைக் குடுக்கை
கசப்புடன் உணர்த்திய கணம்.
வெளியேறி வந்துவிட்ட கடைவீதியில் அகத்தின் தயக்க
நடமாட்டம்.

கவிதையின் வழியே கடக்க முயலும் காமம்.
இந்தப் பயணமெல்லாம் பெரிதும் உரைநடைக்
கவிதையில்தான்.
சுயசரிதையை வசன கவிதையில் எழுதிப் பார்த்த க.நா.சு.;
உரைநடைக் கவிதையிலும் வரி உடைப்புக்கான இடத்தை
உணர்த்திய வால்ட் விட்மன்;
சிறுகதை, கட்டுரை, கவிதை என்பவற்றுக்கான எல்லைக்
கோடுகளை
இயல்பாக அழித்துவரும் நவீனத் தமிழ்க் கவிஞர்கள்.

இவர்கள் அனைவரையும் நினைத்துக்கொள்கிறேன்.
இந்தக் கணத்தில்.

மேலும் சிலரையும்.

இந்தக் கவிதைகளைத் தொகுப்பதற்குத் தொடக்கப் புள்ளியாக இருந்ததுடன், தொகுப்பிற்குப் பின்னட்டைக் குறிப்பையும் அளித்துள்ள கவிஞர் வே.நி. சூர்யா;

பரவிச் செல்லும் வண்ணமாகிய மஞ்சளின் சிறு துளியாய் உள் உறைந்திருக்கும் கவிஞர் ஷங்கர் ராம சுப்ரமணியன்;

நண்பர்கள் சுரேஷ்குமார இந்திரஜித், பா. திருச்செந்தாழை, கார்த்திகைப் பாண்டியன், ஸ்ரீஷங்கர், எஸ். செந்தில்குமார், லிபி ஆரண்யா;

இந்தக் கவிதைகளைக் கணினித் தட்டச்சு செய்வதில் உதவிய யாழ்ப்பாணத்து அன்பர் க. கோபிறாஜ்;

'காலச்சுவடு' கண்ணன்;

பொறுமையுடன் பணிபுரியும் நூல் வடிவமைப்பாளர் ஆ. ஐரின் ஜெனிபர்;

ஓவியர் அரிசங்கர்;

– அனைவருக்கும் நன்றி.

மதுரை
07-11-2023

ந. ஜயபாஸ்கரன்

இன்னொரு பயணம்
இல்லை
இல்லவே இல்லை
என்பது
மீண்டும் மீண்டும்
உணர்த்தப்படுகிறது

புனருத்தாரணத்துக்காக
மூடப்பட்டிருக்கிறது
ஆம்ஹெர்ஸ்டில்
எமிலியின் நினைவில்லம்

மவுனித்துப் போய் விட்டது
அருகில் உறைந்திருக்கும்
அன்புக்குரிய சாட்சியாளன் ஆன
ஆகா ஷஹித் அலியின் கஸல்

பார்க்காமல்
கேட்காமல்
திரும்பி வருதலும் இல்லாமல்
அமையும் பயணம்

இது மட்டும்
இல்லை

*

அச்சம், வெறுப்பு என்ற தளங்கள் இரண்டில் கால் பாவி நிற்கும்
அண்டங் காக்கையின் பேருருவம்
வர்ஜீனியா மாநில
ரிச்மண்ட் நகரத்துக் கவிஞர்
எட்கர் அலன் போ அருங்காட்சியகத்தில்

"ஒரு போதும் இல்லை" என்ற அதன் இடைவிடாத கரைதல்

மலர்த் தோட்டத்துக் கல் இருக்கைகளில் நாற்பதாண்டுக் கால
அலைச்சலின் உறைநிலை
கவிதையின் கணிதச் சமன்பாடு குலைந்த இருப்பு
மரணத்தின் மர்மப் பனி
கடைக்கோடிக் கரும்பூனைச் சாயை

*

ந. ஜயபாஸ்கரன்

வர்ணம் அடையாத
சொல்
மூலை
தேடும்
கண்

தொடர் பசுமைப்
பயணத்தின்
முடிவில்

*

புல்லென்பது யாதென்று கேட்கும் குழந்தைக்கு நீள் விடையாக
முளைக்கிறது வால்ட் விட்மனின் கவிதை
ஓரத்தில் கையெழுத்து இடப்பட்ட கடவுளின் கைக்குட்டை ஆக
கல்லறைகளின் வெட்டப்படாத தலைமயிர் ஆக
இளைஞனின் மார்பில் எழும் மயிர்ச்சுருள் ஆக
பசிய உயிர்ப்பின் குழந்தையே ஆக

புல்பத்தைகளின் மீது விரையும் கால்கள்
இளவேனில் காலச் செர்ரி மலர்கள் தரிசனத்துக்கு

சிதறிச் செல்லும் செர்ரி இதழ்களின் மகரந்தத் தூள்கள்
புல்லாந்தரையில்

✸

அந்தியில்
கூடு அடையும்
நீள் வாகனப்
பெரும் பறவைகள்

வாஞ்சையை உண்ணும்
விசித்திர
வளர்ப்பு உயிரிகள்

பருத்த அணில் ஆடும்
புல்வெளியில்
புதையுண்ட
தியான புத்தர் சிலைகள்

ஆளரவம் அற்ற
வனப் பரப்புகள்

*

வனத்தில் புதைந்த இல்லத்தில்
ஒற்றை மனித இருப்பு
திரையடர்ந்த பலகணி வழியே
மிகக் குறைந்த உள்ளறை ஒளி

பார்வைக்கு அப்பால் ஆன
பதுங்கு நிலவறை

கார்லோவின் குரைப்பொலி மெலிதாக

வின்னியின் பூனைகள் தென்படவில்லை

பார்க்கும் இடமெல்லாம் ஆம்ஹெர்ஸ்ட்

✸

18 ந. ஜயபாஸ்கரன்

'உள் ஊரும்
சிந்தை நோய்
எனக்கே தந்து'

உள் சென்று
அவள்
தாழிட்டுக் கொண்ட

பல்லாண்டு
நாள்
ஒற்றித்
தேய்ந்தது

விரல்

*

பிதா சுதன் ஆவிக்கு
அப்பால் ஆன
எமிலி சுவிசேஷம்

அவன் அவள் அது
என்ற மூன்றின்
போதம் கடந்த

அப்பாலை நிலை

*

லா.ச.ரா. சொல்கிற "ஆழ்ந்த மவுனத்தின் விறுவிறுப்பு"
காற்றில் இருக்கிறது இங்கு
சாலைகளில்
ஒழுங்கைகளில்
வளவுகளில்
பெயர்களாகி விட்ட இடங்களில்
இதழ் பிரிக்கிற கார்த்திகைப் பூக்களில்

பொருளற்றுப் போய்விட்ட
பரித்தியாகங்கள்
வன்மங்கள்
குரூரங்கள்
காணாமல் ஆக்கப்பட்ட வலிகள்

வற்றாப்பளை கண்ணகை அம்மன்
வலது கையில்
ஒற்றைச் சிலம்புடன்

எதிரே விரியும் நந்திக் கடலின் ஓலம்

படை வீரர்களின் அடர் இருப்பு

வன்னிக் காடுகளின் மவுனம்

*

ஏ 9 நீள்பாதையில் முறிந்த பனை நிழல்கள். கீரிமலை நகுலேஸ்வரத்தில் பிதிர்க்கடன் கொத்திச் செல்லும் கடற்காகங்கள். அப்பாவுக்கு நகுலேஸ்வரத்தில் திவசம் கொடுத்த போது அறிந்தும் அறியாதவர் பாகத்தில் நகுலனைச் சேர்த்துக் கொள்ளத் தோன்றியது. நகுலனுக்கா நவீனனுக்கா அல்லது இருவருக்கும் சேர்த்தா பிண்டம் வைப்பது என்பது தெளிவாகவில்லை. எந்தச் சுவரில் எந்தச் சித்திரத்தைத் தேடுகிறாய் என்று கேட்கிறார், கீரி முகம் தொலைத்த நகுல முனிவர். தேகத்தை உரித்துக் கோட்ஸ்டாண்டில் தொங்க விட்டவரைப் பிண்ட உலகத்திற்குள் இழுப்பது எவ்வளவு நியாயமானது என்றும் தெரியவில்லை. பிண்டம் கரைக்கும் நகுலேஸ்வரக் கடற்கரையில் நினைவின் ஆடைகள் பல நிறங்களில் மூழ்கியும் மிதந்தும் உருக்காட்டுகின்றன. செம்பொன் வாய்க்கால் சாம்பலை நகுலேஸ்வரக் கடலே உள்வாங்கிக் கொள்கிறது.

'பேசும் எழுத்தையும் விழுங்கி விடுவோம்/ பிறப்பு இறப்பு அற்றேம் என்று ஆடு பாம்பே' என்ற சித்தர் வல்லபம் அலைகளோடு சேர்ந்து இசைக்கிறது. யாழ் குடாநாட்டுப் பெருமழை தொடங்குகிறது. அலைகள் சீற்றம் கொள்கின்றன. "சவச் சிரிப்பும் சுடலை நாற்றமும்/ சுழித்துப் பொங்கும் நச்சரவமும்/ என்ன குறித்தன என்ன குறித்தன" என்ற ஓயாத வினாக்கள். நாலு கெட்டு வீட்டின்சர்ப்பத் துள்ளல்.

நகுலமும் நச்சரவமும் பின்னிக் கொள்கின்றன. நிஷ்காமியப் பிரார்த்தனையுடன் போத்தல்களில் நினைவுத் தீர்த்தம். கடற் காகங்களின் தொடர் கரைதல். புகழ் உணவுத் துணுக்குகளை லட்சியம் செய்யாமல் குடியானவரின் சிறு தானியங்களுக்குப் படபடத்துப் பறக்கின்றன எமிலியின் காகங்கள். கடற்கரையில் குவித்து வைக்கப்பட்டுள்ள சொற் சிப்பிகளைக் கண்ணுற்றுக் கூசிச் செல்கிறது நகுலனின் நிழல். வெள்ளாட்டுக் குட்டியை அதன் தாயின் பாலிலே சமைக்க வேண்டாம் என்கிறது உபாகமம்.

*

கதைத்தலில்
கடக்கப்படுகின்றன
நூற்றாண்டுகள்

காலடியில்
நழுவுகிறது
நிகழ்

*

நாளிதழ்களின்
மரண அறிவித்தல்
கீழ்

மவுன துக்கம் காக்கும்
அயல் நாட்டு உறவுகளின்
நீள் வரிசை

ஏதோ ஒரு காலப்புள்ளியில்
மணிபல்லவத் தீவுக்குப் பயணித்து
அறியலாம்

பூர்வ பிறப்பு
இறப்புகளை

*

களைப்புற்ற விறாந்தைகளில்
நடமாடும் நிழல்கள்
வீட்டு முகப்பிலுள்ள
வறண்ட கடிதப் பெட்டிகளைத்
திறந்து பார்த்து
மூடுகின்றன

திருவாசக முதியோர் இல்லத்தில்
விடாய் தீராமல் ஊர்கின்றன
வினாக்குறிகள்

மழைக்கு ஏங்கும் பரதேச கெரோண்டியன்கள்

ஆவணிமாதப் பெருந்திருவிழாவுக்காக
ஒழுங்கைகளில்
இளைஞர் தாகசாந்தி நிலையங்கள்

நல்லூர்க் கந்தன் கோவில் சுற்றுப் பாதையில் ஈரமணல்

*

"கோயிலும் சுனையும் கடலுடன் சூழ்ந்த" திருக்கோண மலையில் பல வடிவம் எடுக்கிறது, இராவணனின் மாத்ரு மோகம். தாயார் அரண்மனையிலிருந்தே கோணேஸ்வரரை வழிபட வேண்டும் என்பதற்காகக் கை வாளால் திருக்கோணமலையைப் பிளந்திருக்கிறான். தாயின் அந்திமக் கிரியைகளுக்காக கன்னியா தேசத்தில் ஏழு கொதிநீர்க் கிணறுகளை உருவாக்கியிருக்கிறான். ஏழும் உஷ்ணத்தின் வெவ்வேறு அளவுகளில்; அவனுடைய தாப உணர்வின் வெப்ப அளவு போல. கன்னியா இராவணேஸ்வரன் தமிழ் வித்தியாலயத்தைக் கடக்கும் போது, அந்தப் பள்ளியில் இன்றும் சீதையின் பெயரில் ஒரு மாணவியாவது பதிவேட்டில் இல்லாமல் போக மாட்டாள் என்று தோன்றுகிறது. சானகியை மனச் சிறையில் கரந்த இராவணக் காதல் சிறிது புரிகிறது.

✳

தியான புத்தரின் இருந்த கோலச் சதுக்கங்கள்.
சிம்சுபா விருட்சத்தின் இலைகளைக் கையில் பரப்பியவாறு
சீடர்களிடம் கேட்கிறார் போதிசத்துவர்,
மரத்திலுள்ளதா கரத்திலுள்ளதா எது அதிகம் என்று.
கையிலுள்ளதே அதிகம் என்கிறது இன்றைய யதார்த்தம்.
வனங்களின் நீள் பரப்பில் படைமுகாம்கள்.
சிராவஸ்தி நகரம் தீ, வெள்ளம், போர் என்ற மூன்று
உற்பாதங்களால் அழிந்து போகும் என்ற ஆரூடம்
துணுக்குற வைக்கிறது.
புத்த பிட்சு பிண்டோல பரத்வாஜன் கழிமுனையில் கட்டிவைத்த
சந்தனமரக் கோரகையைத் தன் இத்தி சக்தியால்
அந்தரத்தில் சென்று கவர்ந்து வருகிறான்.

இது அகிரியம் என்று முகம் சுருங்கும் புத்தர், அந்தப்
பிட்சைப் பாத்திரத்தை உடைத்து துண்டாக்கிச் சந்தனத்
தைலத்திற்காக உபயோகித்துக் கொள்ளச் சொல்கிறார்.
இரண்டு வாசல்கள் உள்ள வீட்டின் கூரைக் கொம்புகள்
உளுத்துப் போய்விட்டன.
அதன் துலாம் இற்று விழப் போகிறது
உருள்கிறது கதாகதரின் தர்ம சக்கரம்

✸

போர்
அஞர்
அகதி

யாழ்க் கோட்டையின்
கறுத்த சொற்களில்
மோதும் அந்நியன்

பா. அகிலன் சொற்களில்

'முடிவடையாத
கதவுகளைத் திறந்தபடி
வெளியேறிச் செல்கிறான்'

*

ந. ஜயபாஸ்கரன்

பாழ் நிலம் – நூற்றாண்டுப் பயணம்

காபி ஸ்பூன்களால் அளக்கப்படும் வாழ்க்கையில்
நூற்றாண்டுக் கால
நித்தியத்துவத்தை அடைய முடிந்திருக்கிறது "பாழ் நிலம்" நீள்
கவிதையால்.

ஜேம்ஸ் ஜாய்லின் "யூலிஸிஸ்" நாவல் போல.
ஒருவருக்கே பல காலகட்டத்தில் பலவகையான வாசிப்பு
அனுபவங்கள்
அவரவருக்கே ஆன பிரத்தியேகப் பாழ் நிலங்கள்.
பதினெட்டு வயதில் பெற்ற சிறு விளக்கச் சுடர்.

'அடுத்தாற் போல வருகிற பரீட்சைக்குப் படி பிறகு பார்த்துக்
கொள்ளலாம் எலியட்டை' என்ற தடை வாக்கியத்தைச்
சொல்லி விட்டுப்
பாழ் நிலத்திற்குள் சிறிது தூரம் கைப்பிடித்து அழைத்துச் சென்ற
பேராசிரியர் உப்பிலியின் கனிந்த கண்கள் இப்பொழுது
நினைவின்
ஆழத்து முத்துகள்.

அவர் எதிர்பார்த்த தர நிலையைத் தேர்வில் பெற
முடியாததோடு
பாழ் நிலத்தின் இருண்மைப் புதிரும் அவிழாமல் தான்
இருக்கிறது
இன்றும்.

எமிலி சொல்வது போல எளிதில் தீர்க்கும் புதிர்களை
வெறுக்கத்தான் செய்கிறோம் விரைவில்.

இடம் மாறிய உபநிடதச் சொல் வரிசையின் வழியே சென்று
புத்தரின் அக்கினிப் பிரசங்கத்தை அடைவது கீழைத்தேய
வாசகருக்குப் பிடிபடக் கூடிய ஓர் இழை

இப்படிப் பல இழைகள்; பல திரிகள்; பல குரல்கள்.
இழை தெரியாமல் நெய்யப்பட்ட, வினை நுட்பன் எஸ்ரா பவுண்டால்
தறிக்கப்பட்ட, நானூற்று முப்பத்து மூன்று வரிகளை விரித்துப் போட்டு
அதன் மீது புரண்டு கிடந்த இரவுகள்.

பொற்படியான் வழிச் செல்லும் புதிர்ப்பாதை.
இறுதியில் நீரற்ற வெறும் பாறைப் பரப்பு.
பாறை மேல் நீர் சொட்டும் நிசப்தம்.

'தழங்கருந் தேன் அன்ன தண்ணீர் பருகத் தந்து
உய்யக் கொள்ளாய்'

இரு வாரங்களுக்கு முன் நீரில் மூழ்கி இறந்து போன அந்த
பினீசிய மாலுமி ப்ளீபாஸ் குறித்து சொஸாஸ்டரீஸ்
அம்மையின் ஆருடம் பலித்து விட்டது.

நீர் அணைக்க முடியாத மலட்டுக் காமத் தீ உள் புகுந்து கதுவுகிறது.
எல்லாம் எரிகின்றன ஒரு கணத்தில்.
சதுரங்க ஆட்டத்தின் காய் நகர்த்தல்களுக்கு இணையான காம அசைவுகள்.

எலிஸபெத்தும் லெஸ்டரும் துழாவும் துடிப்புகள்.
ஒற்றைக் கண் வியாபாரி முதுகில் சுமக்கும் வெற்றுச் சீட்டு.
இறத்தலும் உயிர்த்தலுமாகச் சலிக்கும் பிரபஞ்சம்
இறந்தோர் எலும்புகளைக் கூட விட்டு வைக்காத
எலி வளை வாழ்க்கை.
உடன் நடந்து வரும் மூன்றாவது நபர் யாரென்று
தெரியவில்லை இன்று வரை

'ஊனக்கண் பாசம் உணராப் பதி'

சிதிலங்களுக்கு எதிரே சேகரித்த துணுக்குகளின் அடுக்குகள்
விரித்துக் காட்டும் விசித்திரத் திணைப்பரப்பு.
நிழல் உரு இழந்த பாலைச் சுரத்தில் தொடரும்
நூறாண்டுப் பயணம்.

✸

தசாவதாரம் கலைந்து
மோகினியாய்
அமுதம் பரிமாறிச்
செல்கிறான்
கள்ளழகன்

கரங்கள்
பிணைக்கப்பட்டு
மதிச்சயத்தில்

மோகனசாமி

*

மோகினி
மோகன சாமி

மோகினியா
மோகன சாமியா

மோகினியும்
மோகனசாமியும்

'வானில் பறக்கிற புள் எலாம் நான்'

*

'பெண் ஆகி இன்னமுதம் வஞ்சித்தான்'
'அர்த்த வபுஷா பார்யாத்வம்'
'காமன் ஆடிய பேடி ஆடல்'

மீட்க முடிந்தது
அமுதத்தை
தன் இணையை
அநிருத்தனை

*

அறுபத்து நான்கு சித்திரங்கள் அடங்கிய பெரிய எழுத்து
திருவிளையாடல் புராணம் மாணிக்கம் விற்ற படலம்
                                              சொல்கிறது:
விஷ்ணு மோகினி வடிவாகி ஆடிவரச் சந்திரசேகரன்
                                    பின்தொடர்ந்து
மந்தர மலை மட்டும் ஓடி இந்திரியத்தை ஒழுக விட அச்சமயம்
அரியர குமாரன் பிறந்து காட்டுத் தெய்வங்களோடு கூடினான்.
அந்த விந்தினைக் கருடன் கவ்விப் பறந்து கடலிலும் துருக்க
நாட்டிலும் பரவ விட்டதினாலே அவையெல்லாம்
                                      கருடப் பச்சை
ஆயின.

*

ரகசிய விருட்சங்களில் பழுத்துத் தொங்குகின்றன
விலக்கப்பட்ட கனிகள்.
விசித்திரக் குள்ளர்களுக்கு மட்டுமே
எட்டும் கனிகள்.
நெடிது உயர்ந்தவர்களை
லட்சியம் செய்வதில்லை அவை.

அவர்களும் அவற்றை.

மோசே ஏவிய
வெண்கலச் சர்ப்பங்கள்
ஏறிச் சென்ற
கள்ளப் போஜனக் கனிகள்.

கொத்த வரும் சிறு பறவைகளின்
கூர் அலகுகள்
குதறி எறியும்
தயக்க உதடுகளில்
கறுத்த குருதி.

*

'இல்லை'
சொல்லிவிட்டது
நீதி மன்றம்

'இல்லவே இல்லை'
உறுமுகின்றன
சர்வ சமய பீடங்கள்

'இருக்கிறது'
அழைத்துச் செல்கிறார்கள்
வன சாரணிகள்
அரி அரனை

*

சூதகத் தீட்டோடு இறந்தவன் செல்லும் நரகம் ரஜஸ்வாலை
என்கிறது கருடபுராணம்.
ஒன்றாம் எண் சந்திலிருந்து நேரே செல்வது பிட்சாடனரிடம் தான்.
பேரெழில் உலகம்.
சுற்றிலும் உள்ள தாருகா வனத்து முனி பத்தினிகள்
முறைக்கிறார்கள்.
பிட்சாடனர் கைப் பிரம்ம கபால நாணயமாய்ச் சேகரித்துக்
கொள்கிறேன்,
சிதறும் சித்தத்தை.
பவள வடம் பெறாத தாபம் எந்த நரகத்துக்கு அழைத்துச்
சென்றாலும்
இனி ஒன்றும் இல்லை.

✸

'மோகமுள் முப்பது நாள் குத்தும்
அப்புறம் மழுங்கிப் போகும்
எட்டின மோகம் மட்டும் இல்லை
எட்டாத மோகமும் அப்படித்தான்'

யமுனாவுக்குத் தெரியாதது
ஆயுட்கால அவஸ்தை ஆன

'தேறுதல் ஒழிந்த காமத்து மிகுதிறன்'

*

ஒரு ஒன்பது வார காலம் தான் பால் கொகானால்
அவனது உறவு வெம்மையைத் தாங்கிக் கொள்ள
முடிந்திருக்கிறது.
ஆர்ல் நகர உஷ்ணப் பகல் ஒருவனைப் பித்தாக அடிக்கக்
கூடியது தான்.
நீரோடையை வாஞ்சித்துக் கதறுகிறது மான்.
திருச்சபை வின்சென்ட்டுக்கு அனுப்பிய கடிதத்தில்
தெரிவிப்பது போல
ஒரு சுவிசேஷகர் இயேசுவின்
போதனையைப் பரப்பினால் போதுமானது;
இயேசுவாக மாறக்கூடாது.

*

வேலி மீறிய கிளை தாவிய
ஓடுக்கானை
நோக்கிய
பொடியனின்
வன்மக்கல்

பதறிப் போன என்னை
நோக்கித்
திரும்பியது

அந்தக் கணத்தில்
நான்
வான்கோ

நித்தியத்துவ
வாசலில்

✸

விருத்த
குமார
பாலன்
ஆவது
சிவனுக்கு
இன்னும் ஒரு
விளையாடல்

அகத்தினுள்
சிறைப்பட்ட
கௌரிக்கு

யருட்சி
மனக்கிலேசம்
வெளியேற்றம்

பின்
எப்பொழுதும் போல்

சிவகதி

✸

மதுரை தெற்கு வெளிவீதி வியாபாரியின் மனைவி உலகமறியாத மாணவனை ஏமாற்றிக் கற்பழித்தது ஏன் என்று வினவுகிறான், ப. சிங்காரத்தின் பாண்டியன். தெற்கு வாசல் பித்தளைப் பட்டறையில் சோட்டா வியாபாரிக்கு நேர்ந்தது வேறு வித அனுபவம் என்றாலும் ஒரு வகையான கன்னிமை கழிப்பு தான் அது. அழகிரிப் பத்தர் பட்டறையிலிருந்து பித்தளைக் குடம் தீர்ந்து வரத் தாமதம் ஆனதால் வேவு பார்க்க அனுப்பப்பட்டுப் பள்ளிப் பிராயத்தில் தெற்கு வாசல் போன அனுபவம் அது. 'சரக்கு வரலேன்னு சின்ன முதலாளியை அனுப்பி வச்சாங்களோ, எல்லாம் சப்ஜாடா அடுத்த வாரம் கடைக்கு வந்துடும்' என்று நக்கல் குரலில் பத்தர் சொன்னதைக் கூச்சத்துடன் கேட்டு வந்து கடையில் ஒப்பித்த கணம் நினைவில் இருக்கிறது. கண்காணிக்கப் போனவன் தீர்ந்த சரக்கு வார் வில்லை இருப்பு எல்லாவற்றையும் ஒரு பார்வையில் கவனித்து வந்து சொல்லத் தெரியாத கூறு இன்மைக்காகக் கணக்குப் பிள்ளையிடம் வாங்கிக் கட்டிக் கொண்டது மறக்கவில்லை. யோசித்துப் பார்க்கும் போது, இருப்பு எப்பொழுதும் உதைத்துக் கொண்டு தான் இருக்கிறது என்று தோன்றுகிறது.

*

பற்றுக் கணக்கை வரவு ஏட்டில் வைத்தால் இருப்புத்தொகை உதைக்கும் என்ற எளிய தகவலைக் காமத்தின் வழியே கண்டறிகிறான், ஆ. மாதவனின் சாலைக் கம்போளக் கணக்குப் பிள்ளை இளைஞன். கணிதமும் காமமும் எங்கோ ஒரு புள்ளியில் சந்திக்கத் தான் செய்கின்றன. அதைக் கற்றுக்கொடுத்த கடைத்தெரு தான் பற்றும் வரவும் ஆக உறவுகளைப் பிரித்துப் போடவும் சொல்லிக் கொடுத்திருக்கிறது. பார்க்கப் போனால் முகமூடி உறவு, சுயத்தின் விலக்கம் எல்லாவற்றையும் பெருந் தொற்றுக் காலத்துக்கு முன்பே கற்றுக் கொடுத்து விட்டது கடைத்தெரு. மறக்கவில்லை எதுவும் கடையை விட்ட பிறகும்

✽

இல்லாத இன்னொரு பயணம்

பனை ஓலைப் பெட்டிக்குள் இருந்த சொப்புச் சாமான்களை ஒவ்வொன்றாக வெளியே எடுத்து விளையாடி விட்டுப் பின் அவற்றின் இருப்பிடத்தில் வைத்தது போல் இருக்கிறது எல்லாம். தலைமுறை வியாபார விளையாட்டு முடிந்து விட்டது. வெண்கலக் கடைத்தெரு பின்னால் நடந்து வந்து கொண்டிருக்கிறது. திரும்பிப் பார்த்தால் உன் சிறு வழி போ என்று சொல்கிறது. லோத்தின் மனைவி பின்னிட்டுப் பார்த்து உப்புத்தூண் ஆன கதை தெரியுமல்லவா என்றும் அதட்டுகிறது. கீழவாசல் தேவாலயத்தின் மணியோசை தேய்ந்து கேட்கிறது. முன்னே பார்க்கையில் கடைத்தெருவின் உயிர் இயக்கம் மூச்சு முட்டச் செய்கிறது. அமில ஆவி எதையும் யாரையும் லட்சியம் செய்யாமல் பரவிக் கொண்டிருக்கிறது. நைந்து போன மெத்தை இருக்கையை நிறைத்து உட்கார்ந்திருக்கும் ஆபரணக்கடை ஆச்சியின் ஓயாத பேச்சைக் கேட்டவாறு சைக்கிள் ரிக்ஷாவை மிதிக்கும் முதிய கால்கள் மௌன ரகசியங்களுடன் முன் ஏறிப் போகத் தவிக்கின்றன. கச்சிதக் குஷன் பெட்டிக்குள் மாற்றுக் குறைந்த ஆபணரங்கள் சிரித்துப் பதுங்குகின்றன. தன் எல்லை முடிந்து விட்டதாய்ச் சுருண்டு பின் வாங்குகிறது வெண்கலக் கடைத்தெரு,

*

வண்ணத்துப் பூச்சியின்
சிறகுகள் மீது
தூசி உருவாக்கும்
படிமம் போன்ற
இயல்பான திறமை
ஸ்காட் ஃ பிட்ஜெரால்டினுடையது
என்கிறார்
எர்னஸ்ட் ஹெமிங்வே

கடையில்
வெண்கலப் பாத்திரங்கள்
மேல்
படியும்
காலத் தூசின்
அருவக் கோலங்கள்

*

இல்லாத இன்னொரு பயணம்

வெயில் என்பது மேற்கு நோக்கிய, கிழக்கு நோக்கிய கடைகளில் ஒரு நாளின் சூரியப் பயண அளவில் உலோகப் பாத்திரங்களைக் கடந்து செல்கிற வஸ்து என்றே வியாபாரியால் அறியப்பட்டிருக்கிறது. கடைக்கு முன் காக்கிப் படுதாவைக் கட்டுவதன் மூலம் வெயிலின் மூர்க்க அணைப்பிலிருந்து தப்ப முயன்ற மூடத்தனத்தை உணர முடிகிறது, அந்திக் கணத்தில். ஆனால் உறவு என்பது பல சமயங்களில் இரவுடன் தான். கடை கட்டிய பின்னிரவில், காவல் கண்காணிப்பு கோபுரம் இல்லாத காலத்தில் கீழச் சித்திரை வீதியில் பரகால நாயகி ஆகவும் வெண்கலக் கடைத் தெருவில் பராங்குச நாயகி ஆகவும் உலவ முடிந்திருக்கிறது அவனால். ப. சிங்காரத்தின் பாண்டியன் மோகித்த வெண்கலக்கடைச் சந்து நாகமணியின் ஆவியைப் பூண்டு வாசனைக்கு மத்தியில் வைத்துப் பார்த்ததும் இரவில் தான். பைசாண்டியத் தங்கப்பறவையின் குரலைக் கேட்டுக் கொண்டே தெற்காவணி மூல வீதியின் ஆபரணக் கடைகளின் ஊடே மஞ்சள் இரவில் பயணிப்பது என்பது உறக்கம் தொலைத்த இந்த ஊரில் மட்டுமே சாத்தியமான விஷயம்.

✻

'கருப்பை முட்டையுள் பறவைகள் பலநிறம் கலந்த சித்திரம்' பற்றிக் கைவல்ய நவநீதம் சொல்கிறது. பல வண்ணக் கோபுரம் உடைந்து சிதறி இறுதியில் ஒரே வெண்மையில் உறைந்து விடுவதை நாஸ்திகரான ஷெல்லி பாடுகிறார். தத்துவமும் கவிதையும் அரைகுறையாய்த் தெரிந்த உலோக வியாபாரி மஞ்சள் என்ற ஒரு வர்ணத்தையே சேமித்து வைத்திருக்கிறான். மங்கலம், அசுத்தம், ஆபாசம் எனப் பல அர்த்த அடுக்குகள் உடைய வர்ணமான மஞ்சளைப் பித்தளை வெண்கலத் துயர் மஞ்சளுடன் தான் அடையாளப்படுத்திக் கொள்கிறான் அவன். வின்சென்ட் வான்கோவைக் கடைக்கு அழைத்திருந்தால் பித்தளைத் திருவாசி சித்திரை வெயிலைப் புணரும் கணத்தில் அவருக்குப் புதிய மஞ்சள் சேர்க்கை கிடைத்திருக்கக்கூடும் என்றும் நினைத்துக் கொள்கிறான்.

*

கடை செயலாக இருந்த காலத்தில் நகுலன் வரைந்த யுவ கஞ்சா கவிஞர் சாயலில் இருந்த இரண்டு இளைஞர்கள் கடைக்கு வந்து, உங்கள் பெயரைப் பார்த்து இளையவராக இருப்பீர்கள் என்று நினைத்து வந்தோம் என்றார்கள். அவர்களுக்கு ஏதோ ஒரு விதத்தில் துரோகம் செய்து விட்டது போல் இருந்தது அந்தக் கணத்தில். கடைக்கு வெளியே வரிசை போட்டிருந்த கறுத்துப் போன பித்தளை அண்டாக்களைக் காண்பித்து அவை என்னை விட வயதானவை என்றேன் சிரிக்காமல். மதுரை வெயிலின் உக்கிரம் அன்று சற்றுக் குறைவாக இருந்ததாகச் சொன்னார்கள் அவர்கள் சமாதானமாக

*

அந்த இளைஞர் – கவிஞர் திருமண வரவேற்புக்குச் சென்றவன்
மிதமான வேலைப்பாடு கொண்ட பிடிப்பதற்குக் கச்சிதமான
முலை போல் வடிவு கொண்ட வெண்கல மதுக்குவளையைப்
பரிசாக
அளித்து விட்டுப் பின்னும் கால்களுடன் மேடையிலிருந்து
இறங்கினேன்.
மனைவியை முத்தமிடு முன் அந்த வெண்கலக் குவளையை
முத்தமிடுங்கள்
என்ற சொற்கள் எப்பொழுதும் போல் உள்நாக்கில்தங்கி விட்டன.
உதட்டுச் சூடு தாங்காமல் கொதித்துக் கொண்டிருந்தது இரவு.
விரிசல் விழுந்து விட்டது வெண்கலக் குவளையில் என்பது
பிறகுதான் தெரிய வந்தது

*

வெண்கலக் கடைத்தெருவிடம்
கேட்கப்படாத கேள்விகளும்
சொல்லப்பட்ட பதில்களும்

அந்தக் கடை?
இல்லை

கடையை வைத்திருந்தவன்?
இல்லவே இல்லை

அவன் வைத்திருந்ததாய் நம்பிய
கவிதை என்ற வஸ்து?
எப்பொழுதும் இல்லை

*

ந. ஜயபாஸ்கரன்

கு.ப.ரா.வின் தாயார் இறந்த போது வீட்டிலிருந்த பழைய காலத்துப் பெரிய பெரிய பித்தளைப் பாத்திரங்களையும் ஈயச் சொம்புகளையும் விலைக்குப் போட்டிருக்கிறார், கும்ப கோணம் பாத்திரக் கடையில். அவற்றை வாங்கி உள்ளே அடுக்கியவர் என் மூதாதையரில் ஒருவராக இருக்கலாம். ஈயமும் பித்தளையும் விற்ற காசின் களிம்பும் விஷமும் உடம்புக்கு ஒத்துக் கொள்ளவில்லை என்று விம்முகிறார் கு.ப.ரா. வாங்கிக் கொண்டவரின் வம்ச பரம்பரையிலும் அந்தக் களிம்பு ஒட்டிக் கொண்டு தான் வருகிறது. செம்பிற் களிம்பு போல என்ற சித்தாந்த வரியாய்.

*

எவர் சில்வர் பளபளப்புக் காலத்துக்கு முன்னால் கடைக்குள் கொக்கிகளில் தொங்கிக் கொண்டிருந்த காரைக்குடிப் பித்தளைத் தூக்குகள் இன்றும் தலையசைத்து ஆடுகின்றன அகத்தில். வாழைப்பூ ஜாடி, வசுந்தரா ஜாடி, அணுகுண்டு ஜாடி, ஐஸ்புரூட் ஜாடி, லலிதா ஜாடி, டாம்டாம் வாளி, சொருகுதூக்கு என்று கடை முழுக்கப் பித்தளை மஞ்சள் பரவியிருந்த காலம். பாங்க் உண்டிக்குப் பத்து நாட்களுக்கு வட்டி இல்லை; டிலைக்குப் பதினெட்டு சதமானம் வட்டிஎன்று தெரிவித்த காரைக்குடி சொ.பழ.கடை வவுச்சர்கள் எல்லாம் இரும்புக் கம்பியில் வரிசையாகக் குத்தப்பட்டுப் பழுத்துப் போன மஞ்சள் சீழ்க் காலம்.

✸

நீர் மாலை எடுக்கச்
சின்னவனுக்குச் சொம்பு

பெரியவனுக்குக் குடம்
சீதேவி வாங்க
நாலுபடி மரக்கா

எண்ணெய் அரப்புக்குச்
சின்ன ஏனங்கள் போதும்

எதிர்க்கடையில் நெல்லு
வீதி முக்கில இளநி
சந்நிதித் தெருவில மால

எல்லாம் வாங்கிட்டு
உங்கம்மா மாதிரி
பைய ஊராம
வெரசா வந்து சேருங்க
என்ற படி
வீடு விரைந்து
கிடத்திக் கொண்டாள்
தன்னை
நடுக்கூடத்தில்
ஆச்சி

*

பின்வீட்டுத் துணி உலர்த்தும் கம்பிக் கொடியில் தனி ஆணின் உடைகள் தொங்கிக் கொண்டிருக்கின்றன நாள் கணக்கில். ஜட்டிகள், பனியன்கள், கைலிகள், வானவில் வர்ணச் சட்டைகள், துவர்த்துகள், கைக்குட்டைகள், கறை படிந்த மெத்தை விரிப்புகள், கால்மிதிகள், எல்லாம் ஒட்டு மொத்தமாய்த் தொங்குகின்றன வெயிலிலும் மழையிலும். துளிக்கூடத் துணிச்சுருக்கம் இல்லாமல் நீவிவிட்ட சொர்ணத்தாச்சியின் ('பேர்ல தான் சொர்ணம் . . .') எலும்பு விரல்கள் ஊர்ந்து சென்றுவிட்டன. பனியனின் அகல மார்பைக் கவ்விக் கொண்டிருக்கும் மரக்கட்டைக் கிளிப்புகள் ஊறுகின்றன மழை ஈரத்தில். கிளையில் தொங்கிக் கொண்டிருக்கும் ஒற்றைச் செருப்பைக் கடிக்கின்றன முருங்கைப்பூக்கள். ('ஆவியா அலையறா அவ்வோ . . .')

*

அந்தியில் திகழ்வது
சன்னக்குரல் மட்டுமே

அதை உண்பது
லா.ச.ரா மொழியில்
'கத்தி கூர்மையில் தடவிய
நெய்யை நக்குவது போல'

காதுடன்
நாவையும்
அறுத்துச் செல்லும்
கூரிய சன்னம்

✹

"விளையாட்டும் பொழுதுபோக்கும்" என்ற ஆங்கில வார இதழ் மிகச்சிலருக்கே இன்று நினைவில் இருக்கக்கூடும். அந்தப் பத்திரிகையும் நட்சத்திர அந்தஸ்துடன் வேறு அவதாரம் எடுத்துவிட்டது. விளையாட்டையும் பொழுது போக்கையும் பற்றி நடைமுறையில் எதுவும் அறியாத ஒருவன் அதன் தொடர்வாசகனாக இருந்தான் என்பது விசித்திரமான விஷயம் தான். மைதானத்தில் ஒரு பந்து கூடப் போடாதவன் மனத்தில் ஆஸ்திரேலியாவின் அந்தக் கால வேகப்பந்து வீச்சாளர் ரே லிண்ட்வால், இந்தியாவின் சுழல் பந்து வீச்சாளர் பி.எஸ். சந்திரசேகர் – இருவரும் ஓடிவந்து கொண்டிக்கிறார்கள் ஓய்வின்றி. லிண்ட்வாலின் கட்டுப்படுத்தப்பட்ட வேக லயமும், சந்திரசேகரின் போலியோ பாதித்த கையின் மாயச் சுழலும் அந்தப் பத்திரிகை வழியாக இவ்வளவு ஆண்டுகளாகியும் கவிதையின் கிளர்ச்சி வட்டங்களாய்ச் சுழல்கின்றன அவன் மனத்தில். காகிதப் புணர்ச்சி என்பது விளையாட்டும் இல்லை பொழுது போக்கும் இல்லை அவனைப் பொறுத்த வரை.

*

பன்னிரண்டாமவனாக பாவனை
தன்னிரக்கம்
அகால ரேடியோ வர்ணனை
அம்மாவின் சலிப்பு
வர்ணனையாளர்கள்
பெர்ரி சர்வாதிகாரி
பியர்சன் சுரிட்டா
குரல் மயக்கம்

பந்து தீண்டாத
பரவசம்

*

பிரிக்கப்படப் போகாத
உள்நாட்டுக் கடிதத்தின்
ஒரு சிறு பக்கம்
போதுமானதாக இருக்கிறது
எனக்கு

மூன்று பக்க மடிப்புத் தாளில்
எந்தப் பக்கத்தை
எடுத்து எழுதுவது
என்பது மட்டும்
தீர்மானம் ஆகாமல்
இருக்கிறது
எழுதும் வரை

பிரிக்கப்பட்டால்
மூன்று வகைத் திறப்புகளில்
எந்தத் திறப்பின் வழியே
அது எப்படிக் கிழிபடும்
என்பதும்
தெரியவில்லை

மின்னஞ்சல் யுகத்தில்
இப்படி ஒரு
இருப்பு நிலைச் சிக்கல்
எனக்கு

*

ந. ஜயபாஸ்கரன்

வெள்ளைச் சீருடையும் முதுகுப் பையுமாகக்
கைகளைக் குறுக்குவாட்டில்
வீசியவாறு
நடந்து செல்லும்
செவிலிக் கல்வி மாணவியின்
சலனமற்ற
கல் முகம்

எப்படி எதிர்கொள்வது
இந்த நூற்றாண்டை
என்று தெரியவில்லை

அதன் கவிதையையும்

*

கவிஞரின் தொகுப்பில் இணைக்கப்பட்டிருந்த
நீண்ட பிழைத்திருத்தத் தாள் இன்றுதான் கண்ணில் படுகிறது
இத்தனை நாள் பிழைகளுடன் தான் படித்துப் புரிந்து
கொண்டிருக்கிறேன் கவிஞரை
பார்வைப் பிழைக்கு நான் மட்டுமே பொறுப்பில்லை என்ற
சிறு சமாதானம் எனக்கு
“காரயித்ரீ பிரதிபை” என்றும்
“பாவயித்ரீ பிரதிபை” என்றும்
“காவ்ய மீமாம்சை” குறிப்பிடுவது வேறுவிதத்தில்
அர்த்தப்படுகிறது.

✸

கவிதைக்கு அந்நியமான பொருள் என்று எதுவுமில்லை என்றே தோன்றுகிறது. நவீன கவிதை என்பது ரப்பர் கரி யுரேனியம் என்று எல்லாவற்றையும் செரித்துக் கொள்ள வேண்டும்
என்கிறார்
லூயி சிம்ஸன். அகக் கவிதைக்குள் போகிற போக்கில் வரலாற்றுத் துண்டைப் பொதிந்து வைத்துப் போகிறார் பரணர்.
ஆரோக்கியமானதாகத்
தான் இருக்கிறது அவரது கவிதை. அவுசித்தியம் என்னும் பொருத்தக் கோட்பாடு எவ்வளவு தூரம் கவிதையினுள்
செயல்படுகிறது
என்பது தெரியவில்லை. எந்தக் கோட்பாடுகளுமே.

✸

உலர் எழுத்து உவப்பதில்லை என்கிறார்
அந்த இளைய தலைமுறைப் படைப்பாளி

உலர்ந்ததா
வற்றியதா
தெரியவில்லை

இளங் காலைச் சூரியனைப் புணரும்
வடகங்களின் அரைக் காய்ச்சலில்
ஓடிக் கொண்டிருக்கிறது
கூழின் உயிர்ச்சாறு

உலர்ந்து வற்றுவது தான்
அவற்றின்
முக்திநிலை

*

ந. ஜயபாஸ்கரன்

சோழவந்தான் கொடிக்காலில் பிறந்து
வெற்றிலைப் பேட்டை மைதீன் பாயின்
கைலி மடியில் தவழ்ந்து
கவுளிக் கணக்கினுள் மடங்கி
பஜார் முழுதும் சவாரி செய்து
மங்கல அமங்கல
இடங்களில் அமர்ந்து
பால் பேதமில்லாமல்
அதர பானம் செய்து
பயண முடிவில்
எறியப்பட்டுக் கிடக்கும்
மூன்றாம் முலைக்
காம்புகள்

*

ஓட்டிக் கொண்டிருக்கும்
வைகை மணலைத்
தட்டி விட்டு
எழுந்து கொள்கிறேன்

இனி
வருவதற்கில்லை

தயங்கி
நிற்கிறது
மிக
மெலிந்த
வையை

*

ந. ஐயபாஸ்கரன்